TRUYỆN CỔ TÍCH

VIỆT NAM
ĐẶC SẮC
4

Lời: Thanh Phương, Hồng Vân, Thanh Hằng, Thanh Nga

Tranh: Tuấn Long, Minh Kiên, Phương Linh, Hạnh Linh, Phú Hưng, Tú Anh, Thiện Minh, Minh Đức

NHÀ XUẤT BẢN DÂN TRÍ

Thuở thơ ấu của mỗi chúng ta, không ai là không có những giây phút đắm mình trong những câu chuyện "Ngày xửa ngày xưa...". Truyện cổ tích Việt Nam được người dân Việt Nam gìn giữ qua nhiều thế hệ, chứa đựng những nét bản sắc riêng của dân tộc, đưa trẻ vào thế giới cổ tích diệu kỳ, đồng hành cùng sự phát triển của biết bao thế hệ bạn đọc.

Trong "TRUYỆN CỔ TÍCH VIỆT NAM ĐẶC SẮC - Tập 4" này, các em sẽ được làm quen với nhiều nhân vật với những tính cách khác nhau. Đó là người học trò nghèo tốt bụng nhờ sự giúp đỡ của người con gái thuỷ phủ đã đỗ trạng nguyên; hay chàng câu cá được sống sung túc cả đời với chiếc nồi đồng thần kỳ của thần tặng; một chàng trai không biết chữ nhờ khôn ngoan mà trở thành "chàng rể hay chữ" và cưới được người vợ xinh đẹp, thông minh... Họ đều đại diện cho cái thiện, sự nhân hậu, đức tính cần cù, chăm chỉ.

Những câu chuyện mang tinh thần nhân đạo, sự công bằng, cái thiện luôn chiến thắng cái ác, giúp các em khám phá những niềm vui cuộc sống và học được các đạo lý đơn giản mà sâu sắc.

PHÂN XỬ TÀI TÌNH

Ngày xưa, có một ông quan huyện có tài xét xử rất giỏi. Trong dân gian có vụ án nào rắc rối nhất, ông đều có cách tìm ra manh mối và phân xử công bằng.

Một hôm, có hai người đàn bà đưa nhau đến công đường với một tấm vải. Trước mặt quan, một người mếu máo thưa: "Bẩm quan, sáng nay con mang một tấm vải ra chợ bán, bà này hỏi mua, con đưa cho bà ấy xem. Thế rồi tự dưng nó cướp không tấm vải, bảo là của nó, nhất định không chịu trả lại cho con nữa. Thật là chuyện ngược đời! Xin quan đèn trời soi xét ạ!".

Quan nhìn sang người đàn bà thứ hai thì thấy bà này cũng rưng rưng nước mắt kể: "Bẩm quan, chính nó mới là đồ ăn cắp. Tấm vải này là của con vừa dệt xong mang đi chợ. Con để nó trong thúng, thế mà vừa ngoảnh đi một lát nó dám thò tay vào lấy, chính con bắt được quả tang. Thế mà nó còn dám đặt điều vu oan giá hoạ".

7

Quan ngắt lời hai người, bảo mỗi bên phải có một người làm chứng. Nhưng cả hai đều không tìm được vì sự việc xảy ra ở một nơi vắng vẻ, lúc đó chưa có người qua lại.

Quan lại gọi hai người lính lệ, bảo chúng tìm về tận nhà mỗi người đàn bà để xem có đúng vải của họ dệt ra như lời khai hay không. Nhưng khi hai người lính trở về thuật lại thì quan rất lấy làm ngạc nhiên, vì cả hai đều có khung cửi như nhau, khổ vải như nhau và nay lại cùng mang vải đi chợ bán.

Thật rắc rối làm sao! Quan cố nhìn vào thần sắc từng người để dò ý tứ. Nhưng quan chỉ thấy vẻ buồn bã vì mất của hiện trên nét mặt của cả hai người, không có gì khác hơn.

Suy nghĩ một lát, quan ôn tồn bảo họ: "Cả hai mụ đều có lý cả. Biết làm sao bây giờ? Thôi ta phân xử cho thế này: Giờ đem cắt tấm vải ra làm đôi, chia cho mỗi người một nửa, thế là được chứ gì! Rồi hãy đi về nhà mà làm ăn".

Nói xong, quan sai lính đo vải xé ngay cho mỗi người một nửa. Thấy thế, một bà ôm mặt khóc thút thít. Lập tức, quan sai trả cả tấm vải cho người đàn bà ấy rồi sai lính trói người kia lại vì chỉ có chủ nhân thực sự của tấm vải mới đau xót bật ra tiếng khóc. Quả nhiên, sau một hồi tra khảo, người đàn bà kia đành cúi đầu nhận tội.

Một hôm khác, quan đi qua cái chợ nọ. Bỗng nghe thấy tiếng chửi rủa huyên náo, ông vội tiến lại xem có việc gì. Đến nơi, ông thấy một người đàn bà đang gân cổ lớn tiếng chửi kẻ đã bắt trộm con gà của mình. Hỏi người xung quanh thì họ cho biết mụ ta chửi như thế đã hai ngày, ai cũng lấy làm khó chịu.

Quan vội sai người hầu bước tới, khuyên can. Nhưng người đàn bà đáp: "Của tôi, tôi xót. Liên can gì đến chú?". Nói xong, bà ta lại tiếp tục chửi. Quan bèn cho chức dịch đòi người đàn bà lại hỏi. Người đàn bà bẩm lại đầu đuôi câu chuyện cho quan nghe. Quan hất hàm bảo bọn lính: "Ta ghét con mụ này ngoa ngoắt, độc miệng khiến xóm giềng điếc tai nhức óc, nên không thể không trị tội được. Vậy các người đi rao trong xóm đòi tất cả mọi người ra đây, cho mỗi người tát vào má mụ một cái thật đau".

Lệnh quan ban ra, mọi người không thể không tuân theo. Mặc dù ai cũng ghét mụ ngoa ngoắt, người ta vẫn thấy thương con người đã mất gà lại còn bị đánh, cho nên ai cũng nhẹ tay vả một cái vào má mụ cho xong. Chỉ có tên ăn trộm căm mụ đã gào đến tam đại nhà mình nên hắn cứ theo đúng lệnh quan, vả mụ một cái thật đau cho bõ tức.

Nhưng khi hắn vừa bước ra khỏi đám đông thì quan đã gọi giật lại, vạch đúng tội trạng và tâm lý của hắn. Hắn không thể chối cãi được, đành cúi đầu nhận tội.

Một hôm khác, quan đi qua ngôi chùa lớn, mới ghé vào vãn cảnh. Sư cụ trong chùa thấy quan liền ra đón tiếp kính cẩn, và mời vào phương trượng uống trà. Sư than thở với quan rằng mình có giữ cho chùa một số tiền lớn, không may bị mất, nhưng không biết ngờ cho ai, lại cũng không muốn trình quan, sợ làm khổ lây bọn đồ đệ. Nay sư có ý nhờ quan kín đáo tra xét hộ mình.

Quan hỏi rõ sự tình vụ trộm trước sau rồi chỉ lên tượng Phật, bảo sư cụ: "Đức Phật ngài thiêng lắm, sao hoà thượng không cầu người tìm giúp, chả hơn nhờ tôi ư? Đức Phật có phép làm cho kẻ gian cầm hạt thóc nảy mầm. Nếu hoà thượng ưng thuận, tôi xin vì nhà chùa mà thử một phen".

Nói rồi quan bảo sư cụ bày lễ cúng Phật và cho gọi tất cả mọi người ở trong chùa ra để chạy đàn. Quan bảo mỗi người một tay cầm cành phan và tay kia cầm nắm thóc đã ngâm nước, rồi nói: "Sư cụ có cho biết chùa ta trước đây bị mất một số tiền mà không rõ ai là người lấy trộm. Ta chắc chỉ có người trong chùa lấy mà thôi.

Ta nghe nói Đức Phật ngài rất thiêng, nên bây giờ, mỗi người cầm một nắm thóc đã ngâm nước rồi vừa chạy vừa niệm Phật. Nếu đúng là kẻ gian, Đức Phật sẽ làm cho thóc trong tay nảy mầm. Như vậy gian ngay tỏ rõ, khỏi phải tra khảo phiền phức".

Cả đoàn vừa chạy được vài vòng thì quan đã thấy có một chú tiểu thỉnh thoảng lại hé bàn tay cầm thóc ra xem. Liền đấy, quan bảo mọi người đứng lại, bắt lấy chú tiểu, vì chỉ kẻ có tật mới giật mình, nên thỉnh thoảng lại nhìn trộm như thế. Chú tiểu thấy quan vạch đúng lý liền cúi đầu nhận tội.

Ngày xưa có người học trò, đi học về ngang qua bờ sông, thấy mấy người thuyền chài bắt được một con rùa, đang bàn nhau đem về làm thịt để đánh chén.

Người học trò đến gần nói rằng: "Có phải các ông muốn uống rượu, tôi có quan tiền đây, xin đưa hầu các ông và xin các ông làm phúc đừng giết chết con rùa".

Những người kia bằng lòng nhận quan tiền, rồi trao con rùa cho người học trò. Người học trò đem rùa về nhà, coi sóc, nuôi nấng ân cần quý hoá lắm.

Mấy hôm sau cứ mỗi buổi đi học về, người học trò rất ngạc nhiên khi thấy một mâm cơm đã dọn sẵn, không biết ai thổi nấu mà ngon lành như thế.

Một hôm, người học trò giả bộ vuốt ve con rùa và nói rằng: "Ngươi ở nhà ngoan nhé! Hôm nay, ta có chút việc cần, đi đến đêm mới về".

Rồi, anh đi nhưng một chốc là quay về ngay. Anh sẽ sàng
nhòm vào nhà thì thấy một người con gái rất đẹp đang ngồi
thổi cơm. Anh vội chạy vào, nắm chặt lấy cổ tay người con
gái, và nói rằng: "Nàng là ai? Ở đâu đến đây?".

Người con gái nói: "Em xin thú thật cùng chàng, em chính là con rùa mà chàng đã cứu thoát khỏi tay bọn thuyền chài. Ơn chàng bao giờ em dám quên, nên em gắng ở lại đây ít lâu để coi sóc cho chàng ăn học, chờ khi chàng làm nên công danh rồi, thời em lại trở về thuỷ phủ".

Người học trò bảo: "Nếu quả thật như vậy, thì âu cũng là túc trái tiền duyên gì đây. Dám xin gá nghĩa vợ chồng".

Người con gái gạt đi nói rằng: "Không được. Em với chàng kẻ dương gian người thuỷ phủ, âm dương cách biệt, không thể lấy được nhau. Bây giờ thiên cơ đã lộ, em phải về, chứ không thể ở với chàng thêm một ngày nào nữa".

Người học trò nghe nói, sụt sùi gạt nước mắt. Người con gái phải an ủi dỗ dành bảo sẽ dẫn chàng đến học ở một trường tốt. Rồi, nàng lại đội lốt rùa vào mà đưa người học trò xuống học dưới thuỷ phủ.

Đến kỳ thi, người con gái lại đưa chàng lên dương gian trả thi. Nhờ có sự chăm sóc tận tình của nàng mà người học trò thi đỗ trạng nguyên.

Lúc về vinh quy, đi ngang qua con sông ngày trước, người học trò nhớ đến chuyện xưa, liền làm mấy câu hát rằng:

Nước lênh đênh thấy rùa trôi nổi,
Mua đem về nuôi bấy lâu nay.
Năm năm tháng tháng ngày ngày,
Cơm ăn còn nhớ, nghĩa này ở đâu.
Tưởng những nên nghĩa Trần Châu,
Nào hay chửa dụng nhịp cầu sông Ngân.
Tưởng những nên nghĩa Tấn Tần,
Nào hay giời đất chẳng vần lại cho.

NGƯỜI CÂU CÁ TRONG AO TRỜI

Ở tỉnh Quảng Bình có một cái hồ lớn người ta thường gọi là ao Trời. Muốn đi hết một vòng quanh ao cũng phải mất một ngày trời. Cái ao này rất sâu và người ta không biết độ sâu chính xác của nó là bao nhiêu.

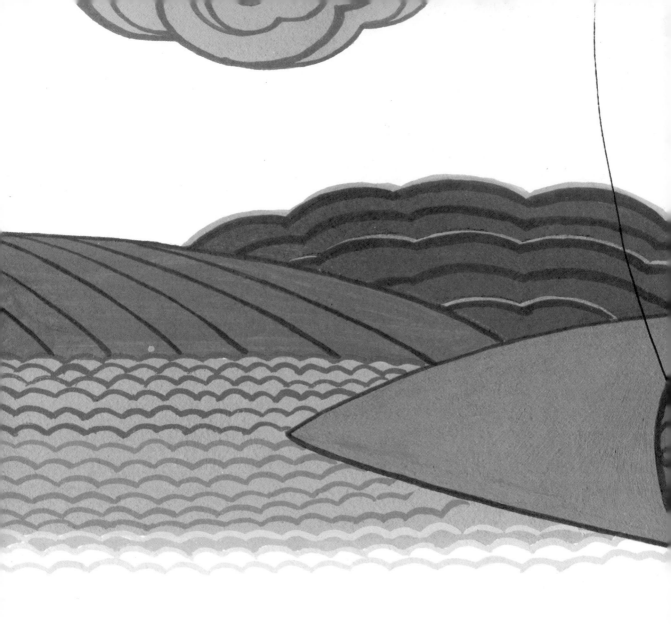

Ở làng Đông Hải, có một người rất nghèo, quanh năm chỉ biết đi câu cá kiếm ăn qua ngày. Bình thường thì anh ta câu cá ở biển, nhưng một hôm anh ta đến ao Trời câu cá với hi vọng kiếm được vài con. Anh ta câu rất lâu mà chẳng kiếm được con nào.

Mệt quá anh ta đi vào một lùm cây nằm nghỉ, mắt đăm đăm nhìn về phía ao. Bỗng nhiên, anh ta nhìn thấy hai người khổng lồ, đầu đội khăn và mặc quần áo đỏ, tay cầm kiếm, từ dưới nước hiện lên.

Thấy thế, anh ta sợ quá vội nép mình trong lùm cây không dám ho he một tiếng.

Tiếp sau hai vị thần là mười người nữa cũng từ dưới nước đi lên và tất cả đều mặc quần áo đỏ, tay mỗi người đều cầm một thanh kiếm và họ đứng thành một vòng tròn trên bờ ao.

Người đàn ông ở trong lùm cây vẫn chăm chú theo dõi. Anh ta lại nhìn thấy ba mươi chiếc thuyền rồng được trang hoàng lộng lẫy từ dưới đáy ao nhô lên, phía trên được che lọng màu xanh, cờ quạt rợp trời.

Trên mỗi thuyền có ba vị thần đều mặc quần áo màu đỏ, cầm một cái loa trông rất xấu xí và họ ra lệnh cho các thuyền khác tiến lên phía trước. Họ vừa hát hò vừa chèo thuyền đi vào bờ, nơi có quân lính khiêng ba chiếc cáng, cờ xí rợp trời, trống đánh vang lừng.

Đứng trong bụi rậm, người câu cá nhìn không rõ họ đang làm gì nên bước ra khỏi bụi cây để xem cho rõ.

Nhưng, những vị thần ngồi trên con thuyền bằng vàng đã phát hiện ra anh và sai lính đến bắt về trị tội.

Anh vừa run rẩy vừa biện bạch: "Tôi chỉ là một người câu cá. Tôi thường đi câu cá ở trên biển, nhưng không hiểu sao sáng nay tôi lại nghĩ đến việc đến câu cá ở đây. Tôi câu từ sáng tới giờ mà chẳng được con nào. Vì trời nắng quá nên tôi vào trong lùm cây kia nghỉ một lúc. Tôi nhìn xuống ao và thấy hai người khổng lồ mặt rất đáng sợ, nhưng họ không nhìn thấy tôi. Tôi rất sợ nên trốn trong bụi, nhưng bây giờ thấy cảnh tượng đẹp quá nên tôi đi ra để xem. Cầu xin các ngài hãy tha tội cho tôi!".

Một vị trả lời: "Được! Ta tha cho ngươi và sẽ để ngươi đi. Nhưng ngươi phải há miệng ra và nuốt thanh kiếm sắc nhọn này. Ngươi sẽ sống đến trăm tuổi, nhưng ngươi không được kể cho bất cứ ai những điều ngươi đã nhìn thấy. Nếu ngươi làm trái lời ta, thanh kiếm sẽ chui từ trong bụng ngươi ra và giết chết ngươi ngay lập tức. Ngoài ra, ta còn ban cho ngươi một cái nồi đồng. Mỗi ngày ba lần, ngươi hãy cho nước vào thì trong nồi sẽ có gạo. Từ nay, ngươi không phải đi câu cá nữa và ngươi sẽ sống thọ đến một trăm tuổi".

Người câu cá trở về nhà và từ đó, chiếc nồi đều đặn nuôi sống anh hằng ngày. Cuộc sống với anh giờ đã dễ dàng hơn nhiều và anh ta không dám nói điều gì cho tới năm vào tuổi chín mươi.

49

Một hôm, nhân ngày giỗ tổ, cả gia đình tụ họp tại nhà ông để làm giỗ, cúng ông bà tổ tiên.

Ông nghĩ: "Mình đã chín mươi tuổi, sống như thế cũng đã thọ lắm rồi. Mình cũng đã được giàu có và con cháu đề huề, sống thêm nữa cũng chẳng ích gì. Hãy kể câu chuyện này cho con cháu nghe! Dù thanh kiếm có hiện ra giết chết mình cũng được".

Đúng như lời nguyền, ông kể cho con cháu nghe mọi chuyện xong, lập tức thanh kiếm hiện ra và giết chết ông già.

Từ đó, người ta rất tôn kính cái ao Trời này và không một ai dám bén mảng đến đó để câu cá nữa.

SỰ TÍCH CON MUỖI

Hai vợ chồng nhà nọ sống với nhau rất hạnh phúc. Họ thề với nhau rằng khi một trong hai người qua đời thì người còn sống không tái hôn và sẽ giữ xác người bạn đời của mình cho đến khi người ấy sống lại.

Chẳng may người vợ đột ngột bị ốm rồi chết trước. Người chồng vô cùng đau khổ, anh đã giữ xác vợ lại mà không cho đưa đi chôn cất.

Sau bảy tháng trời, sợ rằng xác cô vợ sẽ trở thành một con ma ác hãm hại cả làng, các chức sắc trong làng buộc anh ta phải cho an táng vợ. Người chồng nhất định không chịu. Anh nhờ cả làng chặt tre làm một cái bè rồi đặt xác vợ lên đó.

Bè bồng bềnh trôi tới tận cõi Tây Thiên. Đức Phật thấy người đàn ông ngồi trên một chiếc bè, bên cạnh là xác một người phụ nữ thì lấy làm lạ, liền hỏi người đàn ông đó tại sao anh ta lại đến đây. Người chồng kể lại chuyện của mình cho Đức Phật nghe.

Đức Phật cảm động bèn lập tức hóa phép làm cho vợ anh ta sống lại. Đức Phật hỏi chị vợ xem chị ta có yêu chồng mình suốt đời không. Chị vợ trả lời là: "Thưa Đức Phật, vợ chồng con thề sống chết có nhau. Khi con chết, chồng con đã không quên lời thề ấy, con lấy làm cảm động lắm. Cả đời này con xin thề sẽ chung thủy, một lòng một dạ với chồng con".

Đức Phật liền ra
lệnh cho người chồng
chích máu ở ngón
tay đưa cho vợ uống.
Người chồng vâng lời
làm theo. Anh chích
mấy giọt máu đưa
cho vợ mình uống.

Ít ngày sau, hai vợ chồng muốn quay trở về quê quán. Ở Tây Thiên có một con cá sấu đã chịu hình phạt đến chín kiếp. Đức Phật ra lệnh cho nó đưa hai vợ chồng quay trở về quê hương.

Vừa đi được nửa đường con cá sấu đã kêu đói, rồi để hai vợ chồng ở lại trên một ngọn cây và đi tìm thức ăn. Nhưng vì phải kiêng thịt cá mà nó nhét đầy đá cuội vào bụng.

Trong lúc đó hai vợ chồng ngủ thiếp đi trên ngọn cây, vừa khi một chiếc thuyền buôn của người Tàu đi ngang qua. Nhìn thấy người đàn bà xinh đẹp, bọn thủy thủ trên thuyền buôn liền bắt chị đem đi mà người chồng không hề hay biết gì cả.

Khi con cá sấu quay trở lại thì người đàn bà đã biến mất. Con cá sấu lấy đuôi đánh thức người chồng dậy và hỏi anh ta xem chuyện gì đã xảy ra. Lúc đầu người chồng đổ tội cho cá sấu là đã ăn thịt vợ anh ta. Để chứng minh mình vô tội, cá sấu bèn cho người chồng thò chân vào bụng nó và chỉ thấy toàn những viên đá cuội tròn.

Anh ta lại hỏi cá sấu có thấy chiếc thuyền nào đi ngang qua không. Cá sấu trả lời rằng có thấy một chiếc thuyền buôn của Tàu. Họ lập tức đuổi theo và chẳng mấy chốc đã đuổi kịp.

Nhưng từ trên tàu, người đàn bà gào lên với chồng rằng ả đã lấy người lái buôn làm chồng và anh ta có thể tự do lấy bất kỳ người đàn bà nào khác. Người chồng rất lấy làm buồn bã vì vợ của anh lại thay lòng đổi dạ nhanh đến như vậy.

Người chồng quay trở lại và kể với Đức Phật mọi việc đã xảy ra. Đức Phật bảo anh ta hãy đến gặp vợ để đòi lại những giọt máu mà cô ta đã uống của anh.

Con cá sấu lại đưa người chồng đến chỗ thuyền buôn. Anh chồng cất tiếng réo gọi cô vợ: "Cô đã phản bội lời thề mà đi theo người khác, vậy cô phải trả lại những giọt máu mà cô đã uống của tôi". Người đàn bà lập tức chích ra mấy giọt máu.

Sau khi chích ra mấy giọt máu, ả ngã lăn ra chết. Bọn thủy thủ bèn ném xác ả ta xuống biển.

Cái xác trôi về tận Tây Thiên. Đức Phật biến cái xác thành con muỗi. Vì thế mà ngày nay chúng ta thấy con muỗi thường hay đi hút máu người để trả lại mấy giọt máu đã mắc nợ người chồng.

SỰ TÍCH SAO HÔM SAO MAI

Ngày xưa, ở một làng nọ có hai anh em mồ côi cha mẹ. Họ rất yêu thương nhau. Em còn nhỏ dại nên anh không quản khó nhọc, vất vả làm lụng nuôi em. Hai anh em luôn quấn quýt bên nhau. Anh đi đâu, em cũng không rời một bước.

Ngày ngày, khi đi cuốc đất gieo lúa, người anh thường cho em lên nương theo. Bẫy được con chim, kiếm được bắp ngô nào, người anh liền đốt lửa nướng chín, dành cả cho em ăn. Còn em thì anh bảo gì đều nhất mực nghe theo, không bao giờ trái lời.

Hai anh em sống nương tựa vào nhau, tuy không dư giả, giàu có gì nhưng lúc nào ngôi nhà nhỏ cũng tràn ngập tiếng cười. Khi người anh có vợ, cả ba anh chị em vẫn sống với nhau rất vui vẻ, hoà thuận.

Đến một ngày, làng bắt người anh đi phu. Trước lúc lên đường, anh gạt nước mắt dặn em: "Anh phải đi lâu ngày, chưa biết bao giờ mới về được. Anh rất thương chị, nhớ em. Ở nhà, em phải nghe lời chị, cố gắng chăm sóc chị cho cẩn thận, nghe em".

Anh đi rồi, người em lo ngay ngáy, chỉ sợ mất chị, anh về sẽ trách mắng, bèn khoét một lỗ trên vách, đêm đêm ngủ luồn tay qua buồng bên, đặt tay lên bụng chị để canh giữ. Nào ngờ ít lâu sau người chị dâu có mang, người em sợ phải tội, bỏ trốn biệt lên núi.

Người em khốn khổ cứ theo con đường mòn đi về phía mặt trời lặn. Anh đi mãi, đi mãi, cho tới khi trời tối sẩm, đến một ngọn núi cao thì kiệt sức, gục xuống chết.

Người anh trở về thấy vợ có bầu như thế thì rất giận em. Người vợ thuật rõ đầu đuôi câu chuyện, hết lời kêu van chồng đừng ngờ oan cho em, nhưng anh vẫn một mực không tin.

75

Thế rồi một hôm chị vợ chuyển dạ đẻ ra một cái bàn tay. Lúc đó người anh mới hiểu ra rằng em mình vô tội. Anh rất hối hận vì đã trách oan người em. Anh liền bỏ nhà đi tìm người em đáng thương.

Chẳng biết em đi về hướng nào, người anh cứ đi theo con đường mòn, đi về phía mặt trời mọc. Gặp ai, anh cũng hỏi: "Có thấy em tôi ở đâu không?". Nhưng ai cũng trả lời: "Em anh mà anh còn không thấy, chúng tôi thấy sao được?".

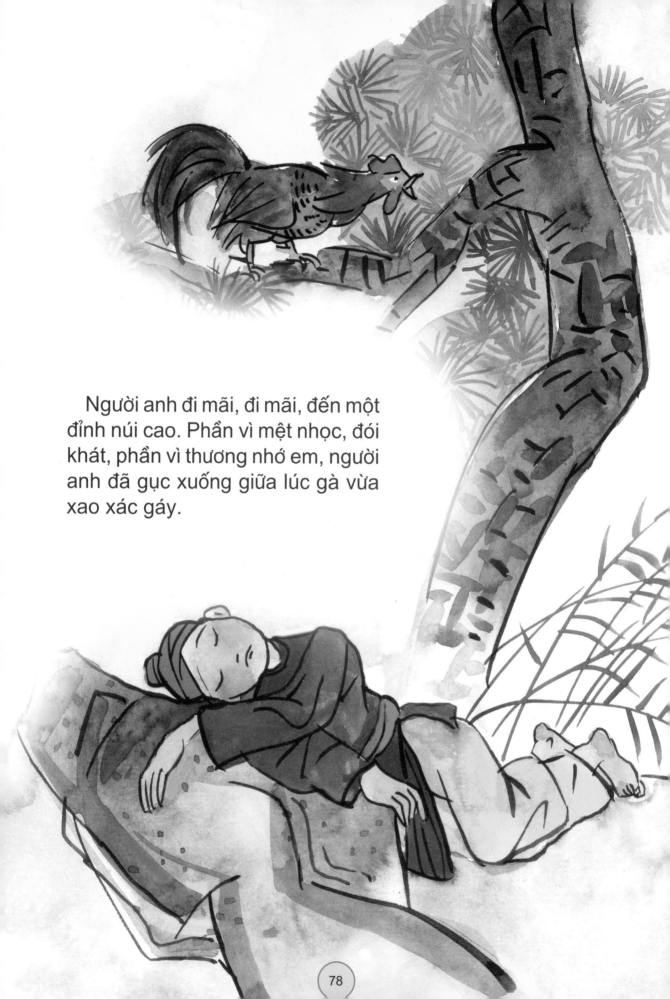

Người anh đi mãi, đi mãi, đến một đỉnh núi cao. Phần vì mệt nhọc, đói khát, phần vì thương nhớ em, người anh đã gục xuống giữa lúc gà vừa xao xác gáy.

Người vợ thấy chồng đi lâu ngày không về, lòng như lửa đốt, cũng bỏ nhà đi tìm. Chị chẳng biết chồng ở đâu, em ở đâu, nên một mình băng hết núi này sang núi nọ, gặp ai chị cũng hỏi: "Có thấy chồng tôi ở đâu, em tôi ở đâu không?". Nhưng ai cũng trả lời: "Chồng chị, chị không thấy; em chị, chị không thấy; chúng tôi thấy sao được?".

Chị lại miệng gào, chân chạy, gặp người nào chị cũng hỏi về chồng và em của mình. Cho đến khi không bước nổi nữa, chị đành ngồi xuống đầu núi mà khóc lóc cho đến khi kiệt sức, tắt hơi.

Từ đó, cứ vào quãng sẩm tối, hồn người em lại đứng trên ngọn núi phía tây, ngơ ngác nhìn về xuôi. Người ta gọi đó là sao Hôm.

Hồn người anh thì cứ nghe tiếng gà gáy tan canh lại thức dậy, đứng ra đầu núi phía đông ngóng tìm em. Đó là sao Mai.

Hồn người chị dâu thì đêm đêm cứ băng từ nơi này qua nơi khác giữa bầu trời mênh mông, thỉnh thoảng dừng lại hỏi đường rồi lại lao đi như bay. Ấy là sao Vượt.

Còn cái bàn tay thì biến thành sao Rua mở ra như thế để nâng đỡ cho ba vong hồn đau khổ.

VỎ QUÝT DÀY CÓ MÓNG TAY NHỌN

Phú ông nọ nuôi một anh trai cày khoẻ mạnh, chăm chỉ lại thạo việc đồn điền. Muốn anh ta dốc sức làm lụng cho nhà mình, lão nói: "Ta có ba đứa con gái, anh cứ ở đủ năm năm, ta sẽ gả cho một đứa".

Anh trai cày ở được ba năm thì cô con gái đầu lấy con một ông đề. Hai năm sau, lão gả cô con gái thứ hai cho con một viên cai tổng giàu có. Để anh yên tâm, lão lại nói: "Bây giờ còn có mỗi cô con gái rượu của ta, nó còn nhỏ tuổi, anh hãy ở thêm một năm nữa, rồi ta cho không mà đưa về".

Một năm nữa trôi qua, phú ông chẳng nhắc nhở gì đến chuyện gả bán con gái, và cũng ỉm luôn tiền công của anh. Anh trai cày ra đi không nói năng gì. Phú ông tưởng là anh đã quên chuyện hứa hẹn, lấy làm đắc chí. Còn làng xóm thì chê anh khờ khạo, mắc mưu lão keo kiệt.

Một hôm, anh đến xin lão một cây tre con. Lão tiếc của, song sợ anh nhắc đến tiền công, nên cố làm bộ vui vẻ đồng ý.

Anh bèn chọn một cây thật to chặt mang về chẻ lạt bện lôi xâu tiền, đem phơi đầy ra sân. Cả làng bàn tán xôn xao, chắc hẳn anh trai cày phải có nhiều tiền lắm nên mới chẻ nhiều lạt như vậy. Phú ông cũng ngờ rằng anh có rất nhiều tiền.

Thật ra, từ ngày thôi không đi ở cho nhà phú ông, anh làm thuê, làm mướn đánh được một quan tiền đồng. Tối ấy, anh xâu tiền vào cái lôi, rồi đem đóng khắp nền nhà cho có dấu.

Đêm ấy phú ông đi ngang qua, thấy anh thắp đèn rất khuya. Hôm sau chờ lúc anh đi vắng, lão vào xem thì thấy khắp nhà đều có dấu tiền. Lão đinh ninh là anh rất giàu có.

Chiều hôm ấy, anh lại đến nhà lão phú ông hỏi mượn chiếc thuyền thúng để sang bên kia sông, lão vui vẻ cho mượn ngay mà không thắc mắc điều gì.

Sáng hôm sau anh đem trả thuyền. Lão xem kĩ thì thấy có mấy đồng tiền. Chiều anh lại đến mượn thuyền và khi trả thì ở cạp thuyền lại có nhiều tiền dính vào hơn.

Bỗng cả làng đồn ầm lên rằng anh trai cày sẽ cưới con gái nhà bá hộ bên kia sông. Phú ông sợ lão bá hộ phỗng tay trên, vội vàng gọi anh đến bảo: "Anh đã giúp đỡ ta sáu năm trời, ra về cũng không nhắc đến công sá. Ta không quên đâu. Ta đã hứa thì giữ lời. Con gái út của ta đã lớn, ta cho anh cưới. Vậy anh hãy về lo liệu đi".

Anh trai cày thưa: "Ông bà thương thì tôi xin cảm ơn. Nhưng tôi một thân một mình, đi làm thuê không đủ ăn, biết lấy gì lo liệu. Vả lại, có vợ rồi, chắc gì đã nuôi nổi vợ con". Phú ông gạt đi: "Anh cứ yên tâm, ta cho không anh kia mà".

Anh trai cày gãi tai, nói: "Ông thương đến như thế thì còn gì bằng. Nhà tôi người đơn của hiếm, vạn sự chỉ có một tiền. Vậy mọi việc đều xin trông cậy vào ông bà". Nghe nói "Vạn sự chỉ có một tiền", phú ông tưởng ý anh là "Mọi việc chỉ lo bằng tiền", mừng rỡ bảo: "Ta sẽ lo cho vợ chồng anh chu tất. Anh chỉ cần mang đến buồng cau, chai rượu nộp cheo là đủ".

Đến ngày cưới, anh trai cày chỉ mang buồng cau, chai rượu và "một tiền" đến thật. Phú ông rất bực, nhưng lại nghĩ rằng chàng rể khôn ngoan, muốn giấu giàu đó thôi.

Lấy nhau đã mấy tháng, thấy chồng vẫn đi làm thuê, nhà vẫn túng bấn, cô vợ phàn nàn: "Anh có nhiều tiền để đâu, mà vợ chồng cứ phải chịu khổ thế này?". Anh chồng cười, bảo: "Giàu của ông tiền nghìn bạc mớ, giàu của tôi chỉ có một quan".

Nghe nói thế, cô vợ tưởng là anh sẽ kiện lên quan việc cha mình quỵt công ở, bèn vội về mách với phú ông. Lão nghe vậy, sợ quá, liền gọi vợ chồng anh đến bảo: "Cha mẹ bây giờ cũng đã già yếu, chẳng sống được mấy hơi nữa. Với hai chị sau này sẽ hay. Riêng vợ chồng con là út, ta cho trước một căn nhà, một con trâu, một mẫu ruộng, thêm vốn mà làm ăn".

Từ đó hai vợ chồng anh trai cày có nhà, có ruộng, có trâu, họ bảo ban nhau lo chí thú làm ăn, không bao lâu sau cũng trở nên khấm khá, sung túc. Hai vợ chồng sống vui vẻ, hạnh phúc bên nhau đến trọn đời.

VUA ẾCH

Xưa, có hai vợ chồng nhà kia nghèo khó, lại hiếm hoi. Họ đã già nhưng người chồng vẫn còn doạ vợ: "Không đẻ, tao lấy vợ mới!". Người vợ vừa buồn vừa lo, chỉ dám khóc thầm.

Nhưng một hôm, người vợ bỗng thấy ngón chân cái sưng vù lên, rất đau. Đi chữa khắp nơi mà không sao khỏi nổi. Bà đau liền ba năm, "vết thương" tự nứt, một chú ếch con từ chỗ đau nhảy ra.

Lên ba tuổi, bố mẹ cho ếch đi học. Ếch rất thông minh, học một biết mười. Ngoài giờ học, ếch về nhà làm giúp bố mẹ. Thấy bố lên núi lấy củi, ếch nhảy đi đón bố, ếch đòi vác rìu đỡ bố. Nhìn theo con, người bố rất lấy làm lạ. Ếch ngồi chồm chỗm trên rìu và chiếc rìu cứ tự nhiên nhảy về nhà thoăn thoắt.

Ếch ngoan ngoãn và chịu khó làm tất cả mọi việc lớn nhỏ trong nhà như người lớn. Ông bà già cũng đỡ vất vả nên tuy buồn về hình hài của con nhưng cũng thấy vui vì cảnh nhà đỡ trống trải, đỡ túng bấn. Tuổi già được an ủi, gia đình hoà thuận, ấm cúng.

Một hôm, ếch đòi đi nương thay bố. Người bố đứng ở cửa nhìn ra núi xa thấy một chàng trai khỏe mạnh đang cày ở nương nhà mình, chạy lên xem thì chỉ thấy mỗi mình ếch đang đứng trên nương; trâu tự nhiên đi mà đường cày vẫn sâu, đều và thẳng.

Một đêm bên bếp lửa, ếch tâm sự: "Bố mẹ ơi, con đã lớn rồi. Con muốn lấy công chúa làm vợ". Bố mẹ vừa ngạc nhiên vừa sợ hãi, nói với ếch: "Nhà mình nghèo lắm, làm sao có thể hỏi công chúa làm vợ cho con được!". Ếch vẫn nằng nặc đòi lấy công chúa, bố mẹ khuyên thế nào ếch cũng lắc đầu, không nghe.

Sáng hôm sau, ếch chào bố mẹ rồi nhảy đi. Ếch nhảy lên bờ thấy nhà vua, lớn tiếng gọi: "Cậu ơi! Cậu lấy chậu nước để cháu nhảy vào nhà". Vua ra hiên nhìn, chẳng thấy ai vì ếch bé quá. Nhưng vua cũng cứ lấy chậu nước để ở cửa. Gặp được vua, ếch nói thực những điều chất chứa trong tim, trong gan mình.

Vua nói: "Được rồi, muốn lấy con gái ta thì phải vác được một cây gỗ về đây". Vua tính rằng ếch không thể làm được việc ấy, mà có gan thì gỗ cũng sẽ đè bẹp chết con vật hèn mọn này ngay.

Nhưng ếch đã bình tĩnh nhận lời. Một mình ếch bồm bộp nhảy lên rừng già tìm cây gỗ tốt nhất cho vua. Ếch tha được cây gỗ vừa to, vừa dài tới trước cửa nhà vua. Ếch cười, giao hẹn: "Gỗ cháu lấy được như ý cậu rồi, mai cháu đón con gái cậu về nhé!". "Lấy cho ta tảng đá xây thành nữa đi" - vua nói vậy, và bụng nghĩ rằng gỗ chưa đè chết ếch, nhưng đá nặng hơn, nhất định ếch không tránh khỏi tai nạn!

Ếch không tỏ vẻ gì bực tức hay sợ hãi, bình tĩnh nhận lời lấy đá như đã nhận lời lấy gỗ vậy. Ếch bồm bộp nhảy lên tận núi cao, lăn một khối đá lớn như toà nhà về. Tiếng đá chuyển rầm rầm vang núi như trời long, đất lở. Ếch gặp vua, nói: "Cậu muốn gỗ, cháu lấy gỗ; cậu muốn đá, cháu lấy đá, xin cậu đừng sai lời hứa!".

Vua sai lính dọn cơm cho ếch ăn. Biết rằng không có cách nào từ chối, vua gọi con gái vào buồng riêng dặn dò: "Hôm đưa dâu con nhớ mang hòn đá to. Cha bắt ếch dắt ngựa, con cưỡi ngựa. Con ném đá cho ếch chết rồi quay về". Nhưng công chúa lại nghĩ khác. Cô không muốn làm thế. Mấy lần vua thử tài ếch, cô đều biết. Ếch tài giỏi lắm, cô không nỡ lòng nào. Cô không thù hằn gì ếch, ếch lại yêu mến cô. Nghĩ vậy, tay cô không đủ sức cầm đá ném con vật có tài. Tuy vậy, cô cũng không cãi lời cha.

Tới ngày hẹn, công chúa yên lặng mặc váy cưới. Cô lên ngựa, ếch nhảy phía trước, dắt ngựa, dẫn cô dâu về. Đi khuất nhà, công chúa ném tảng đá xuống vực, rồi nói dối vua cha là ếch tránh tài quá.

Từ buổi ấy, ban ngày ếch bồm bộp nhảy lên nương cùng vợ trồng trọt, nhưng tới đêm, ếch bỏ bộ da, hoá thành chàng trai khôi ngô, khoẻ mạnh. Nghe lời chồng, công chúa giữ kín chuyện này.

Không giết được ếch, vua mất ăn, mất ngủ. Vua sai lính đến nhà thông gia tìm cách đập chết ếch. "Nó tài, có ngày nó đòi làm vua thay mình mất" - Vua lẩm bẩm một mình như vậy. Nhờ có đôi tai rất thính, ếch nghe được tin dữ, liền bàn với bố mẹ: "Bố mẹ mang cho con chín thùng nước ra nương. Vua sai lính tới giết con đấy. Chỉ bố mẹ mang ra mới được thôi".

Tinh mơ hôm sau, ếch đã thức giấc, lặng lẽ ra nương, ngồi chồm chỗm trên miệng thùng nước đợi. Quả nhiên, mặt trời vừa chiếu sáng núi, sáng rừng, bọn lính nhà vua đã kéo tới, sục sạo tìm ếch. Không để cho bọn lính kịp suy nghĩ, bàn bạc, chàng ếch nhảy một mạch qua từng thùng nước. Mỗi thùng nước lập tức hóa thành một mặt trời. Mặt trời sáng chói, sức nóng thiêu chết bọn lính.

Nhận được tin bại trận, vua càng tức tối. Ếch lại xin bố mẹ nhiều bột lúa mạch, làm một cái bánh rất to, đợi vua đến. Quả nhiên, lần này vua đích thân đi tiêu diệt ếch. Ếch làm như không biết vua có ác ý, liền khệ nệ bê bánh ra đón tiếp vua. Ếch bóc lá bánh, bánh nở thành chín bông hoa to lạ lùng. Ếch hô: "Hoa hãy bay lên và lao xuống!". Những bông hoa hóa thành những tảng đá màu tung lên và rơi xuống. Đá rơi trúng tên vua, đá đè bẹp bọn lính nát như, không sót tên nào.

Bà con nương bản hay tin, kéo nhau đến xem rất đông. Ếch đã hóa thành người. Đó là chàng trai khỏe mạnh, khôi ngô, được mọi người yêu mến. Bà con nương bản đồng lòng tôn chàng lên làm vua, trông coi việc bản, việc nương.

XỬ KIỆN

Ngày xưa, ở làng nọ có một trưởng giả rất giàu có. Một người cùi sống bằng nghề ăn xin, ngày nào cũng vào nhà trưởng giả xin ăn. Trưởng giả ấy tên là Châu Văn Mực, thường hay hỏi han người cùi nên biết quê quán và vợ con người ấy.

Một hôm người cùi đến nhà trưởng giả thì trời đã gần tối. Ông bèn bảo người cùi ở lại nhà mình. Chả là trưa hôm ấy nhà trưởng giả làm giỗ nên thức ăn còn nhiều, trưởng giả bèn sai người nhà dọn đồ ăn cho người cùi. Ăn uống xong, trời đã tối hẳn, trưởng giả sai người nhà thu xếp chỗ cho người cùi nghỉ. Người cùi nghe lời, ngủ lại qua đêm.

Nửa đêm về sáng, trưởng giả thức giấc, đi ngang qua chỗ người cùi ngủ, thấy người cùi nằm im, ông lại gần, sờ chân tay thì thấy lạnh ngắt. Té ra, người cùi đã chết từ hồi nào.

Kinh sợ, ông lẳng lặng một mình ra ngoài vườn, đào chỗ chôn người cùi. Sáng ra, người nhà hỏi, ông trả lời rằng không biết người cùi đã đi tự hồi nào.

Những ngày sau đó, ông tự thề với trời đất rằng: Nếu khi nào ông gặp được con trâu một sừng thì coi như việc làm thiếu nhân đức của ông trời đất đã biết. Ông sẽ không thoát được lưới trời.

Ở nhà người cùi, người vợ không thấy chồng về liền thu xếp việc nhà, đem gửi con để đi tìm chồng. Chị ta đi khắp nơi khắp chốn nhưng không thấy dấu tích chồng đâu cả.

Một bữa, tới nhà trưởng giả, trưởng giả hỏi thăm quê quán chị ta mới biết đây là vợ người cùi, nên lấy tiền gạo cho rất nhiều nhưng không cho chị ta biết người chồng chị đã chết ở đây. Chị vợ người cùi ngạc nhiên thấy trưởng giả rất rộng lượng với mình, hỏi lại thì được nghe trả lời: Thấy cảnh ngộ nhà chị đơn chiếc nên ông cho vậy thôi. Trước khi ra về, trưởng giả còn dặn vợ người cùi, khi nào thiếu thốn, cứ lại nhà, ông sẽ cho tiền gạo.

Người vợ ra về, thương chồng mất tích vô cớ nên làm đơn trình quan nhờ quan xét xử và truy tìm hộ dấu tích người chồng. Ngày tháng trôi qua, hết quan này đến quan khác tới trị nhậm ở huyện này, nhưng không ai tìm ra thủ phạm và dấu tích của người cùi. Đơn của chị vợ người cùi thì ngày một nhiều thêm.

Năm đó, có một ông quan trẻ mới được bổ về. Lục lại hồ sơ vụ án, đọc những lá đơn của vợ người cùi, ông cũng băn khoăn suy nghĩ.

Đêm ấy, ông sai lính hầu dọn ngoài sân một bàn hương án, một tờ giấy, một bình mực, một nghiên son cùng nhang đèn. Ông ra đứng trước hương án khấn nguyện với trời đất: "Trời đất có linh ứng hãy báo cho tôi biết thủ phạm vụ án".

Lúc đó, đột nhiên giông bão kéo đến mịt mù làm đổ cả nghiên son và bình mực vào tờ giấy. Lần thứ hai, ông sai lính bày lại đổ như cũ và tiếp tục khấn vái, sự việc lại xảy ra như vậy.

Sau một hồi suy ngẫm, ông viết một cái trát đòi: "Trong huyện có ai là Châu Văn Mực thì đến hầu quan", rồi viết dưới: "Tri huyện Ngưu Độc Giác". Sau đó, ông sức cho các tổng, các làng.

Khi thấy trát về làng, trưởng giả Châu Văn Mực rất đỗi ngạc nhiên. Nhưng khi nghe tên ông quan là Ngưu Độc Giác thì giật mình, cho rằng việc người cùi năm xưa bị chết ở nhà ông, đến nay đã có người biết. Ông dặn dò vợ con các việc trong nhà kĩ lưỡng như thể mình sắp đi xa dài ngày, rồi khăn áo lên đường.

Gặp quan huyện, trưởng giả liền kể hết sự tình. Quan cũng cho gọi vợ người cùi tới. Sự việc đúng như trưởng giả kể, từ khi ấy, trưởng giả chăm nom vợ con người cùi rất tử tế. Biết rõ đầu đuôi câu chuyện, quan huyện tha tội cho trưởng giả.

Trưởng giả ra về, trong lòng vẫn ngạc nhiên không ngờ mình lại gặp được một người có tên ứng với lời nguyền của ông và điểm ứng son đỏ như châu và mực đổ trên giấy ứng với tên ông.

Người dân trong vùng nghe tin quan huyện đã làm sáng tỏ được vụ này thì nức nở khen quan huyện trẻ mà phân xử rất tài tình.

ANH CHÀNG HỌ ĐÀO

Ngày xưa ở huyện Đông Sơn có chàng trai họ Đào khôi ngô, học giỏi nhưng nhà lại rất nghèo. Mặc cho kẻ cười người chê, hàng ngày chàng vẫn vừa làm mướn nuôi thân vừa theo học ông đồ làng bên, không chịu bỏ buổi học nào. Nơi chàng học có một cô gái con nhà khá giả đem lòng yêu chàng và chàng cũng có lòng cảm mến nàng.

It lâu sau, chàng mượn bà mối đến dạm hỏi nàng làm vợ. Nhưng cha mẹ nàng chê nghèo, không gả. Họ bảo thẳng bà mối: "Anh ta một thân một mình kiếm ăn còn chật vật. Con gái tôi về đấy càng làm anh ta thêm bấn".

Khi bà mối cho biết tài học của chàng biết đâu sau này có thể thay đổi được số phận, thì họ trả lời: "Nếu thế thì đợi lúc ngựa xe võng lọng trở về hãy hay".

Nghe vậy, chàng vừa giận vừa thẹn, quyết chí lên kinh đô, bao giờ lập được công danh mới trở về để cho cha mẹ nàng không dám giở giọng khinh bạc với mình nữa. Ở kinh đô, chàng trai vẫn vừa làm thuê, vừa học. Nhờ sáng dạ, chàng học rất tấn tới. Sau năm năm dùi mài đèn sách, chàng đi thi và đỗ luôn cử nhân.

Hôm vinh quy về quê nhà, lòng chàng vui mừng khấp khởi. Chàng bụng bảo dạ: "Nhất định bố mẹ nàng sẽ vui lòng gả cho mình và hối hận về thái độ khinh khi trước đây".

Khi đến chào thầy học cũ thì chàng được biết tin nàng đã bị cha mẹ ép gả cho một người cùng làng. Biết chuyện, chàng vô cùng buồn bã, đành bỏ ý định và quay trở về nhà mình.

Nhưng lúc trở về, khi đi ngang qua cánh đồng, chàng tình cờ gặp nàng đang mang cơm ra đồng cho chồng. Hai người hơi chút ngại ngùng nhưng cũng dừng lại hàn huyên, họ bày tỏ nỗi đau khổ vì sự éo le của duyên phận.

Khi chàng từ giã, nàng gạt nước mắt nhìn theo. Đâu ngờ rằng từ đằng xa, người chồng đã nhìn thấy và cơn ghen của hắn bốc lên bừng bừng. Nàng vừa đến nơi, hắn lấy cớ vợ đưa cơm chậm để lớn tiếng mắng mỏ. Nàng nói lại mấy câu thì hắn nổi xung lên, cầm cái cuốc ném vào người vợ, không may chạm chỗ hiểm, nàng gục xuống bất tỉnh. Hắn lo sợ, vực vợ về nhà rồi nói dối là ngộ cảm, sau đó tiến hành chôn cất ngay, không để cho một ai sinh nghi ngờ.

Vừa về đến làng mình, nghe tin nàng mất một cách đột ngột, chàng vô cùng kinh ngạc và thương cảm. Chàng bèn biện một mâm cỗ, vì không tiện đến nhà, đành chờ lúc đêm khuya đem cúng ở mộ nàng.

Nhưng lúc chàng đang sụt sùi khấn khứa thì bỗng nghe trong mộ có tiếng động phát ra. Thấy sự lạ, chàng cho người nạy nắp áo quan thì mới biết là nàng vẫn chưa chết mà chỉ mới ngất đi mà thôi.

Chàng vô cùng mừng rỡ, bèn cùng người nhà đắp mộ lại như cũ, rồi đưa nàng về nhà hết sức chữa chạy. Khi đã bình phục trở lại, nàng kể tất cả mọi chuyện cho chàng nghe. Chàng dặn người nhà giữ bí mật việc này và đưa nàng đến nơi mình được bổ nhiệm làm quan. Hai người trở thành vợ chồng không cheo cưới.

Lại nói chuyện anh chồng cũ, cũng như mọi người, anh ta vẫn không ngờ rằng vợ mình đã được cứu sống. Cho nên, hằng năm anh ta vẫn cúng giỗ theo đúng tục lệ.

Ba năm sau, một hôm, hắn có dịp đi trẩy hội ở một trấn đàng ngoài. Trên đường đi tới chùa, hắn bỗng thoáng gặp một bà quan đi cáng có nét mặt hao hao giống vợ mình. Hắn lấy làm lạ, vội đuổi theo.

Đứng đón nấp sau cổng chùa, hắn thấy bà quan ấy từ mặt mũi, tầm vóc cho đến dáng đi, giọng nói quả đúng là vợ cũ của mình. Rồi hắn hỏi thăm mấy người lính hầu, biết được phu quân của nàng không phải ai xa lạ mà chính là người học trò thi đậu cử nhân ở làng bên cạnh. Nhưng tại sao hắn đã chôn vợ hai năm rõ mười mà bây giờ nàng lại sống đường hoàng thế kia?

Hắn nghi nghi hoặc hoặc, đoán chắc có sự lừa gạt chi đây. Cho nên vừa về tới làng, hắn đã bày ra chuyện bói toán cải táng để đào mộ vợ lên xem cho rõ sự thật. Và khi thấy áo quan trống rỗng, hắn ngay lập tức phát đơn kiện anh chàng họ Đào tội đã quyến rũ vợ hắn.

Viên quan xử án sau khi được nghe kể về những uẩn khúc của nàng bèn xử cho hắn không những mất vợ mà còn bị án khổ sai chung thân về tội đã đánh chết vợ lại còn lén lút đem đi chôn. Còn nàng thì được phép lấy chàng trai họ Đào, người đã có công giành lại nàng từ tay tử thần. Hai người kết duyên và sống hạnh phúc bên nhau đến cuối đời.

CHÀNG RỂ HAY CHỮ

Ngày xưa, phú ông ở làng nọ có cô con gái rất xinh đẹp và hay chữ. Khi con gái đến tuổi cập kê, lão mong muốn kiếm cho con một tấm chồng xứng đáng, người đó phải tinh thông chữ nghĩa và thơ phú. Sau nhiều đêm suy nghĩ, lão nghĩ ra kế viết hai câu đối đem treo trước cửa rồi rình xem trai làng có ai giải được thì sẽ gọi vào gả con cho.

Cạnh nhà phú ông có một chàng trai nghèo, ít học hành nhưng lại khá tinh khôn. Biết chuyện phú ông lập kế kén rể, chàng sắp quang gánh và mua tất cả sách cũ ở làng trên xóm dưới mang về. Ngày nọ, chàng nhúng ướt hết cả hai thúng sách, mang ra vạt cỏ trước ngõ nhà phú ông phơi nắng.

Rồi làm như vô tình nhìn thấy câu đối của phú ông, chàng vừa gật gù, vừa lẩm bẩm: "Chà chà, câu đối có mười chữ mà mình không biết một chữ".

Phú ông từ chỗ nấp nhìn ra, đã rất ngạc nhiên về hai thúng sách, nay nghe chàng trai nói vậy, lại càng kinh ngạc hơn. Lão nghĩ: "Người này chắc hẳn đọc nhiều sách vở lắm, câu đối mười chữ mà hắn biết tới chín chữ, chỉ còn một chữ là không biết... Vậy ra hắn là người hay chữ rồi, đáng để cho ta kén làm rể lắm. Ta phải gọi hắn vào nhà hỏi chuyện mới được".

Nghĩ sao làm vậy, phú ông cho người mời chàng trai vào nhà chơi, rồi sau đó không lâu thì gả con gái cho và giữ chàng lại ở rể.

Ở nhà vợ, chàng trai lấy cớ lo việc phơi phóng sắp xếp sách vở nên ít khi mó tay đến những công việc khác.

Người nhà nghe nói phú ông kén được chàng rể hay chữ và thấy chàng có nhiều sách vở thì lấy làm phục lắm. Họ rất vị nể chàng và hết lòng cung phụng rượu trà, cơm nước. Vợ chàng cũng rất thương yêu và trọng nể chồng.

Một hôm, nhân làng vào hội, phú ông được làng mời ra đình làm việc. Giữa bàn dân thiên hạ, lão khoe: "Tôi có thằng rể hay chữ lắm. Lễ tế làng năm nay tôi xin làng cho hắn được viết văn tế. Vì đây là một công việc hệ trọng, kính mong làng chấp thuận cho".

156

Sau một hồi bàn bạc, các vị chức sắc và bô lão chấp thuận lời thỉnh cầu của phú ông. Mừng như mở cờ trong bụng, lão liền sai anh hầu chạy nhanh về nhà nói lại mọi việc cho chàng rể hay.

Khi anh hầu bước vào nhà trong thì thấy chàng rể đang ngủ say như chết.

Hắn bèn nói với vợ chàng: "Thưa cô, ông sai con về nhờ cậu thảo ngay cho làng bản văn tế, để con mang ra cho ông trình làng".

Cô vợ không nỡ đánh thức chồng dậy, bèn tự mài mực, lấy giấy, trong giây lát đã thảo xong bản văn tế và đưa cho anh hầu mang đi.

Bài văn tế được đọc lên giữa đình, dân làng ai cũng khen hay và đều mừng cho phú ông khéo chọn được chàng rể hiền "chữ tốt văn hay".

Khi chàng thức giấc, người vợ liền kể lại việc mình đã viết văn tế thay chồng. Chàng nghe chuyện, chẳng nói một lời, lẳng lặng sửa soạn, lau chùi bàn thờ, thắp hương và gọi vợ lại cùng lạy trước bàn thờ tổ tiên, rồi cất lời khấn thề: "Vợ tôi đây không biết giữ phận thê nhi, dám qua mặt chồng thảo văn tế cho làng. Vậy là phạm đạo "cương thường". Trong sách thánh hiền tự cổ chí kim, tôi chưa thấy ghi chuyện ấy bao giờ. Nay trước vong linh tổ tiên, tôi xin thề vì cái lỗi của vợ mình, từ nay về sau sẽ không bao giờ đụng đến sách vở, bút nghiên nữa".

Nghe vậy, chị vợ rất ân hận. Còn người trong làng thì ai cũng nghĩ chàng là người giỏi giang chữ nghĩa thật. Duy chỉ có anh chàng rể tinh khôn là mừng như bắt được vàng, vì từ nay đã trút bỏ được nỗi lo canh cánh trong lòng của kẻ "không biết một chữ" nào.

TÌM MẸ

Ngày xưa, ở một bản nọ có chàng trai tên là Mồ Côi. Bố mẹ mất sớm, Mồ Côi sống một mình. Mồ Côi làm việc quần quật từ sáng sớm đến tối mịt mà vẫn không đủ no.

Một hôm, Mồ Côi buồn tủi quá, ngồi khóc. Bỗng có một ông cụ hiện ra hỏi han sự tình rồi chỉ cách cho Mồ Côi làm nương phát rẫy, gieo hạt. Nói xong, ông cụ biến mất.

Mồ Côi định hỏi thêm nữa, nhưng ông cụ đã biến mất rồi. Mồ Côi không nhớ rõ lời ông nên gieo hạt trước rồi mới đốt nương. Bao nhiêu hạt giống cháy sạch cùng với cỏ. Mồ Côi lo quá, tìm mãi mới thấy vài hạt còn sót lại trong túi áo. Chàng bèn vứt xuống đất và buồn bã ra về.

Vài tuần sau, Mồ Côi đi qua nương thì thấy cỏ đã mọc xanh um. Ở góc nương có khóm lúa cao bằng hai gang tay. Mồ Côi chạy lại nhổ sạch cỏ xung quanh và lấy tay vun đất vào gốc lúa.

Chẳng bao lâu lúa chín trĩu hạt. Mồ Côi mừng lắm, định cắt mang về. Nhưng khi chàng tới gần thì bỗng có đàn chim từ đâu bay tới tranh nhau rỉa hết lúa. Buồn quá, Mồ Côi ngồi khóc. Ông cụ hôm trước hiện lên bảo: "Con đừng khóc. Chim ăn chim sẽ đền ơn lại. Ngày mai, khi trời nắng, có một bầy chim từ trên trời bay xuống tắm ở con suối cạnh dốc núi. Con hãy ra đấy mà chờ, khi bầy chim cởi áo tắm, con hãy giấu lấy bộ xiêm áo sặc sỡ nhất, đấy chính là người sẽ trả ơn con".

Hôm sau, nhớ lời ông cụ dặn, Mồ Côi ra bờ suối, nấp sau bụi cây. Trời vừa hửng nắng thì có một bầy chim từ trên trời bay xuống đậu quanh bờ và cởi bỏ xiêm y, vắt lên bụi cây rồi nhảy xuống nước tắm. Nhân lúc chim đang thi nhau lặn hụp, Mồ Côi lén đến chỗ bầy chim để áo, chọn lấy bộ sặc sỡ nhất giấu vào người rồi lại trở về chỗ cũ ngồi.

Tắm xong, bầy chim lên bờ mặc áo, bay về trời. Một con loay hoay mãi không thấy áo đâu, cứ chạy đi chạy lại tìm kiếm. Chợt trông thấy Mồ Côi đang nấp trong bụi, chim lại gần hỏi: "Anh ngồi đây có thấy áo của tôi đâu không?".

Mồ Côi đáp: "Tôi không thấy. Nếu chim không có áo bay về trời thì ở lại đây với tôi".

Chim nói với Mồ Côi: "Nếu tôi hoá phép ba lần mà anh không sợ thì tôi sẽ đồng ý".

Chim hoá phép ba lần nhưng đều không khiến cho Mồ Côi sợ hãi. Chim biến thành một cô gái rất xinh đẹp theo Mồ Côi về nhà.

Đến nhà, Mồ Côi đem bộ quần áo của chim cất vào gác bếp rồi ngày ngày, hai vợ chồng cùng đi làm nương. Họ sống với nhau rất hoà thuận, hạnh phúc.

Ba năm sau, vợ Mồ Côi sinh được hai đứa con trai. Họ cùng nhau làm lụng chăm chỉ và nuôi con.

Một ngày, người vợ đi làm nương sớm, đứa bé ở nhà khát sữa khóc mãi. Bố nó dỗ thế nào cũng không nín, mới nghĩ cách lấy bộ áo của mẹ nó ra mặc. Đứa bé liền thôi khóc. Chiều tối khi vợ sắp về, Mồ Côi lại cởi áo ra để vào chỗ cũ và dặn hai con đừng bảo cho mẹ biết.

Hôm sau đến lượt Mồ Côi đi nương. Đứa bé ở nhà lại khóc. Dỗ mãi không nín, người mẹ hỏi đứa con lớn: "Con ơi! Mọi ngày ở nhà với bố sao em không khóc?".

Đứa con lớn chỉ vào gác bếp, người mẹ chạy đến xem thấy bộ áo của mình bèn mặc vào, tức thì đứa bé thôi khóc. Đến chiều, người mẹ gọi hai con lại bảo: "Mẹ là người trời, mẹ phải về trời. Khi bố về, các con đưa cho bố thỏi vàng này. Lớn lên các con nhớ đi tìm mẹ".

Nói rồi, nàng lấy trong túi áo ra một thỏi vàng đưa cho hai con. Hai đứa trẻ không biết gì, thấy vật lạ xúm vào nghịch. Khi ngoảnh lại chúng đã không thấy mẹ đâu nữa.

Sẩm tối, Mồ Côi về không thấy vợ đâu, mới hỏi các con.

Đứa lớn đáp: "Mẹ bảo mẹ phải về trời. Mẹ gửi lại cho cha một thỏi vàng đây này!".

Mồ Côi thương nhớ vợ lắm nhưng không biết làm cách nào, đành sống cảnh gà trống nuôi con.

Thấm thoắt đã hơn mười năm trôi qua, hai con của Mồ Côi đã lớn. Một hôm, chàng gọi chúng lại và bảo: "Ngày trước mẹ nói khi lớn lên, các con đi tìm mẹ. Mai bố sẽ nắm cơm sớm cho các con đi".

Sáng hôm sau, Mồ Côi dậy sớm nắm cho hai con mỗi đứa một nắm cơm để đi tìm mẹ. Mồ Côi còn đưa cho mỗi đứa một chiếc lông gà và dặn là đi đường gặp vật gì cũng lấy chiếc lông gà này quét đi.

Hai anh em lên đường. Đi được một quãng, chúng gặp một con kiến đang bò trên đường, bèn lấy lông gà quét sang một bên. Kiến kêu: "Sao lại quét tôi?".

Hai đứa trẻ nói: "Chúng tôi đi tìm mẹ. Kiến có thấy mẹ chúng tôi ở đâu không?".

Kiến trả lời: "Mẹ các anh mới cưỡi ngựa qua đây. Tí nữa thì giẫm bẹp phải tôi đấy. Mẹ các anh vừa qua đèo kia kìa!".

Hai anh em từ biệt kiến và đi miết.

175

Tới một ngôi làng, chúng gặp người thợ rèn. Người thợ rèn mời hai anh em chúng vào nhà uống nước và nói: "Mẹ các cháu đi xa lắm rồi. Để ta bày cách cho mà đuổi theo thì mới kịp được".

Nói xong, người thợ rèn lấy hai chiếc lông gà ở tay hai anh em cho vào bếp than đỏ và nói: "Để ta đánh cho cái vòng sắt. Hai cháu ngồi vào đấy, nó sẽ bay tới chỗ mẹ các cháu".

Nói rồi người thợ rèn kéo bễ, trong chốc lát đã đánh được một cái vòng sắt đưa cho hai anh em và bảo chúng ngồi vào. Vòng sắt đưa hai anh em lên tận trời.

Lên đến trời, chúng thấy nhiều cô tiên đang nhảy múa trước sân nhà trời mà không biết ai là mẹ của mình. Bỗng có một ông cụ từ trong đi ra. Không ngờ đó lại chính là ông ngoại của chúng. Ông cụ nhìn hai anh em thấy giống con gái mình, bèn dẫn hai anh em chúng về nhà. Mẹ con gặp nhau vui mừng khôn xiết. Chúng bàn với mẹ tìm cách trốn xuống trần. Người mẹ nói: "Mẹ sẽ đưa cho mỗi con một quả táo chín. Sáng mai khi ông đến, các con đưa táo mời ông ăn. Sau đó, mẹ sẽ cùng các con bay về với bố".

Gần sáng, người em đói bụng mới lấy táo ra ngửi. Quả táo chín thơm phức làm cho hai anh em rất thèm. Bọn chúng liền ăn mất một quả.

Hôm sau ông ngoại bằng lòng cho hai cháu ngoại và con gái về với Mồ Côi. Nhưng gần đến mặt đất, bỗng dưng người mẹ không bay được nữa, đành gọi hai con lại bảo: "Các con chỉ mời ông ăn một quả táo nên mẹ chỉ bay được nửa đường thôi".

Hai anh em nghe mẹ nói buồn vô cùng, chúng hối hận lắm, nhưng đã muộn rồi, đành lủi thủi bay về trần gian.

Hai anh em bay về tới nhà kể lại đầu đuôi câu chuyện cho bố nghe. Mồ Côi theo hai con bay lên gặp vợ. Nàng tiên thấy ba bố con Mồ Côi bay tới thì buồn vui lẫn lộn. Vui vì được trông thấy mặt chồng, con; buồn vì phải mỗi người mỗi chốn. Vợ chồng con cái Mồ Côi chuyện trò không dứt ra được. Vợ Mồ Côi nói với chồng: "Thiếp hẹn chàng hằng năm cứ đến ngày bảy tháng bảy, chàng cùng các con bay đến dải Ngân Hà, thiếp sẽ chờ ở đó".

Nói rồi nàng nghẹn ngào, nước mắt rơi lã chã. Mồ Côi lại cùng các con bay trở về trần.

Hằng năm đúng ngày vợ hẹn, Mồ Côi và hai con lại bay lên trời. Vì thế, khoảng ngày đó thường có mưa rả rích. Người ta bảo đó là nước mắt của vợ chồng con cái Mồ Côi rơi xuống trong buổi gặp gỡ và biệt ly.

ANH EM MỒ CÔI

Ngày xưa, có hai anh em nhà kia mồ côi từ rất sớm. Hai anh em sống với nhau, ngày mưa cũng như ngày nắng, anh kiếm được gì ăn cũng dành cho em một nửa, em kiếm được gì ăn cũng dành cho anh một nửa. Em ốm, anh lo; anh đau, em thương. Hai anh em đùm bọc lẫn nhau, như cái mái che cái nhà, cái nhà đỡ cái mái.

Người anh lớn lên, lấy vợ trước. Vợ anh đẹp nhưng nết không bằng người. Được cái hai vợ chồng chịu khó bảo ban nhau làm ăn nên trong nhà có nhiều bí nhiều ngô vì nương xa cũng có, nương gần cũng có. Lại còn có cả con lợn con gà nữa, lợn gà đi lại trong nhà trong sân, đông không buồn đếm, nhìn rất vui mắt.

Người em sức còn yếu, không làm được nhiều nên chị dâu không ưa, chỉ muốn đuổi em đi. Chị dâu nay nói một câu, mai đặt một lời, khiến chồng nghe vợ, dần dần ghét bỏ em. Đến một hôm chị dâu vu cho người em lừa lúc anh đi vắng, vào buồng chị dâu đòi ngủ chung thì người anh đuổi em đi, không cho một tấc sắt, một hạt ngô giống làm vốn.

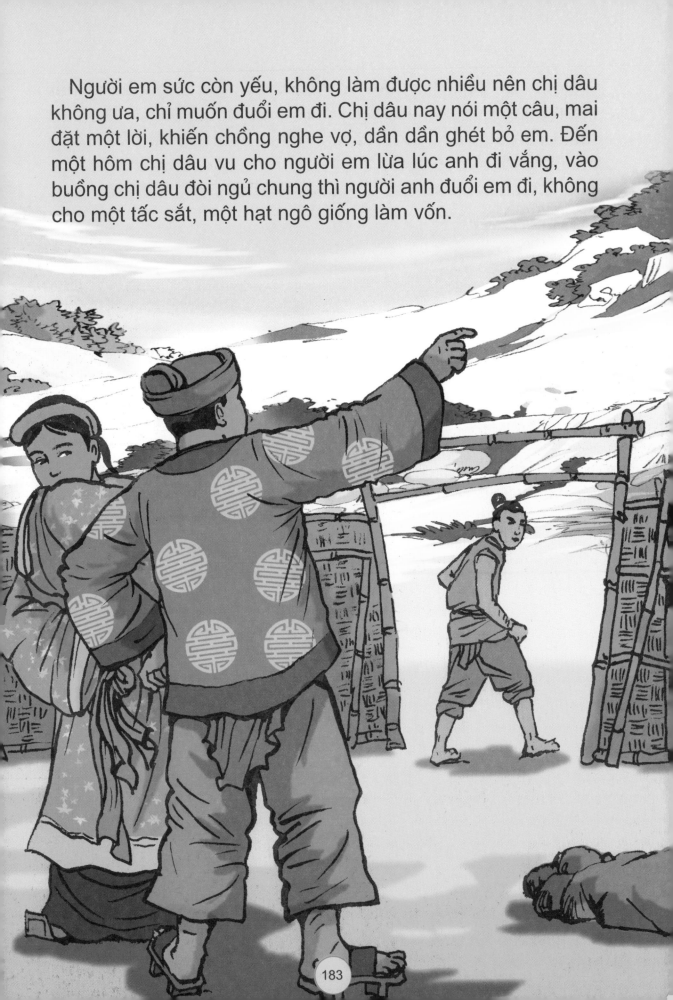

Người em oan khổ chẳng biết kêu ai, tìm lên hang đá ở. Cửa hang có một phiến đá to bằng cái giường. Hằng ngày, người em ngồi ở phiến đá mà khóc, nước mắt nhỏ xuống mặt đá, làm thành những vết lõm như vết nước nhỏ xuống từ bao đời... Người em cứ buồn héo hon như lá mùa đông, trở nên gầy mòn thảm hại.

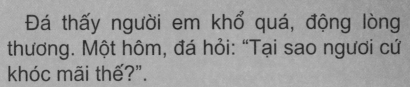

Đá thấy người em khổ quá, động lòng thương. Một hôm, đá hỏi: "Tại sao ngươi cứ khóc mãi thế?".

Người em kể lại chuyện bị anh chị đuổi đi. Đá nói: "Nếu thế, ta sẽ giúp nhà ngươi làm ăn khấm khá. Ngươi hãy thò tay vào họng ta, móc lấy tim, gan, phổi, mỗi thứ một ít. Ngươi sẽ có đầy đủ đồ ăn thức dùng".

Nói đoạn, đá há miệng. Người em nhìn vào miệng đá, quả nhiên thấy có tim, gan và phổi. Người em liền theo lời đá, lấy ra mỗi thứ một ít.

Người em để tim vào bát nào, bát ấy thành bát vàng; để gan vào sọt nào, sọt ấy thành sọt bạc; để phổi vào chỗ nào, chỗ ấy thành kho lúa kho ngô. Từ đó, người em trở nên giàu có.

Người em lấy vợ, một cô gái đẹp người đẹp nết. Hai vợ chồng hoà thuận, chăm chỉ làm ăn, cuộc sống của họ càng ngày càng giàu có sung túc.

Hoa đào cứ nở hết năm này sang năm khác. Người vợ thấy chồng không bao giờ có họ hàng khách khứa đến chơi. Chồng kể lại mọi chuyện cho vợ nghe. Vợ liền khuyên: "Anh em như cái tay cái chân, không nên để thiếu. Giờ ta đã khấm khá, chắc anh chị cũng nghĩ lại, không khinh ta nữa. Ta phải nói cho anh chị biết sự oan khổ của ta, để anh em lại liền nhau như tay với chân. Chúng ta hãy về mời anh chị sang chơi với vợ chồng ta một bữa".

Hai vợ chồng bèn sang nhà người anh. Mời mãi, anh chị mới chịu đi. Sang đến nhà em, thấy của cải vàng bạc đầy nhà, ngô lúa đầy kho, người anh thích quá, hỏi đầu đuôi nguồn gốc.

Người em thật thà kể lại hết cho anh nghe.

Về nhà, người anh bày mưu với vợ, vờ chịu để vợ đánh đập và đuổi đi. Anh ta lần mò lên hang đá, ngồi trên phiến đá, cố nặn ra nước mắt, khóc ngày khóc đêm.

Một ngày, hai ngày trôi qua... Đói quá, người anh đã toan về. Vừa may đá lại mở miệng hỏi chuyện. Anh kể lể việc mình bị vợ đuổi đi. Đá cười mà rằng: "Nếu thế, để ta giúp cho làm ăn khá giả. Ngươi hãy thò tay vào họng ta, móc lấy tim, gan, phổi, mỗi thứ một ít. Ngươi sẽ có đầy đủ đồ ăn thức dùng".

Nói đoạn, đá há miệng. Người anh nhìn vào miệng đá, quả nhiên thấy có tim, gan và phổi. Người anh liền theo lời, thò tay vào móc nhưng cố móc thật nhiều, để được giàu có hơn em. Nhưng người anh chưa kịp rút tay ra thì đá đã ngậm miệng lại, giữ chặt lấy tay người anh, không sao gỡ thoát ra được nữa.

Người anh lo sợ kêu trời kêu đất, đá vẫn không há miệng.

Người vợ ở nhà thấy chồng lâu không về, vội vã đi tìm. Đến nơi, thấy chồng bị kẹp tay, bụng đói sát xương sắp chết, mụ vội chạy về nấu cơm mang lên cho chồng. Nhưng chồng ăn bao nhiêu cũng không vừa. Mụ phải mang lên nhiều lần lắm. Dần dần, mụ phải bán nhà bán cửa, bán trâu bán lợn, bán tất cả các thứ, để chạy ăn cho chồng. Tên chồng ăn nhiều, chỉ thấy béo tốt lên nhưng vẫn không rút được tay ra khỏi miệng đá.

Vì không làm, ăn lại nhiều, dần dần nhà người anh hết của. Anh ta nghĩ chỉ muốn chết quách đi để vợ con đỡ khổ. Anh ta muốn chết lắm rồi, nhưng vẫn còn luyến tiếc, bèn nán lòng chờ vợ mang cơm lên.

Buổi chiều, người vợ mang cơm lên: Cơm chỉ có lưng bát, một hạt muối cũng không có. Người anh nhìn bát cơm, nhìn vợ, rồi ghé tai nói thầm những gì, đá cũng không biết.

Vợ nghe xong, hơi thẹn nhưng cũng làm theo. Mụ cởi hết váy áo, chạy lại với chồng, ngực của mụ như hai quả mướp già lủng lẳng... lủng lẳng...

Đá trông thấy, hiểu ra, không nhịn được cười. Đá bật cười to. Nhờ vậy mà người anh rút được tay ra, thoát chết.

Nhưng, hai vợ chồng người anh đã nghèo kiết xác mất rồi!

MỤC LỤC

NHÀ XUẤT BẢN DÂN TRÍ

Số 9 - Ngõ 26 - Phố Hoàng Cầu - Hà Nội
ĐT: (04) 63280438 - Fax: (04) 35149839
Website: dantripublissher.com.vn - nxbdantri.com.vn - dantriedition.com.vn
Email: nxbdantri@gmail.com

TRUYỆN CỔ TÍCH VIỆT NAM ĐẶC SẮC
Tập 4

SÁCH PHÁT HÀNH TẠI:

CÔNG TY TNHH TM VÀ DV VĂN HOÁ ĐINH TỊ

NHÀ SÁCH ĐINH TỊ

Đ/C: Số 9 - A6 Khu đô thị Đầm Trấu - P.Bạch Đằng - Q. Hai Bà Trưng - Hà Nội
ĐT: 04 39334889; 04 22192869 - Fax: 04 39334943 - Website: www.dinhtibooks.com.vn - Email: dinhtibooks@fpt.vn
Chi nhánh: Số 107 - Đào Duy Anh - Phường 9 - Quận Phú Nhuận - TP. HCM
ĐT: 08 38446287 - Fax: 08 38447135 - Email: cndinhti@hcm.fpt.vn

Chịu trách nhiệm xuất bản: BÙI THỊ HƯƠNG
Chịu trách nhiệm bản thảo: NGUYỄN PHAN HÁCH

Biên tập: NGUYỄN THỊ THÙY LINH - KIM YẾN
Vẽ bìa: BÙI ĐỨC THẶNG
Sửa bản in: THANH VÂN
Kỹ thuật vi tính: TRẦN HÀ

In 4000 cuốn khổ 19cm x 27cm tại Công ty CP in Truyền Thông
Đ/C: 34 Nguyễn Khoái - P. Bạch Đằng - Q. Hai Bà Trưng - Hà Nội
Số đăng ký KHXB: 71-2011/CXB/6-01/DT ngày 21-01-2011
In xong và nộp lưu chiểu năm 2011.